I0422741

LIÊN ĐOÀN TRƯỞNG
ANH CHỊ LÀ AI?

NGUYÊN THÀNH LÊ VĂN HOÀNG

LIÊN ĐOÀN TRƯỞNG ANH CHỊ LÀ AI?

LIÊN ĐOÀN TRƯỞNG, ANH CHỊ LÀ AI?
Tác giả: Nguyên Thành Lê Văn Hoàng
Tủ Sách Phổ Hòa ấn hành 2019
Bìa và trình bày: Bodhi Media

ISBN: 978-0-359-47179-9

Mục Lục

Lời giới thiệu

Các anh chị thân mến, Ban giảng huấn mời anh phụ trách đề tài: *Tinh Thần Trại Huyền Trang.* Anh vui vẻ nhận lời ngay, vì nhận thấy đề tài này là dịp tốt nhất để cho anh được gần gũi các anh chị, hầu trao đổi nội dung bài giảng liên quan đến sự thịnh suy của tổ chức GĐPT. Đề tài được biên soạn đầy đủ nhưng kinh nghiệm trao đổi với nhau thì khá nhiều, mà thời gian quy định trao đổi với nhau trong 2 tiếng đồng hồ lại quá ít. Do đó, anh thấy còn nhiều điều cần trao đổi thêm mà đành gác lại.

Hay thay! Anh vừa nhận được tập tham luận của huynh trưởng Nguyên Thành gởi tặng anh với đề tài: *Liên Đoàn Trưởng, Anh Chị là ai?*

Tham luận được viết từ năm 1992, nhưng nay

đọc lại, những vấn đề đặt ra vẫn còn mới mẻ, bức xúc.

Những điều anh trăn trở, những điều anh muốn viết, những điều anh muốn nói, đều được anh Nguyên Thành trăn trở, nói và viết lên thay cho anh.

Đọc tài liệu này, lòng anh bỗng thấy vui buồn lẫn lộn. Vui vì thấy rằng, hiện nay vẫn còn một số anh chị em thường quan tâm đến sự thịnh suy của Tổ chức, qua vai trò của Liên Đoàn Trưởng. Buồn vì thấy rằng, các anh chị Liên Đoàn Trưởng đã quên đi khá nhiều yêu cầu đòi hỏi trong nhiệm vụ của người điều hành một đơn vị Gia đình.

Các anh chị Trại sinh Huyền Trang thân mến,

Bài tham luận của anh Nguyên Thành được in thành tập gọn gàng, xinh xắn, có thể xem như cẩm nang của người Liên Đoàn Trưởng. Hay nói thiết thực hơn, là những vấn nạn để nghĩ suy.

Mong các anh chị thường xuyên nghiền ngẫm bài tham luận, nếu anh chị muốn nhận được niềm tin yêu từ các em đoàn sinh; nếu các anh chị thật sự muốn đóng góp có kết quả cho sự phát triển GĐPT về số lượng và chất lượng; nếu các anh chị muốn thực lòng đền ơn đáp nghĩa đối với các bậc tiền bối, các anh chị Trưởng cao niên đã dày công khai sinh, duy trì và phát triển tổ chức GĐPT hơn nửa thế kỷ bằng mồ hôi, nước mắt và cả mạng sống của mình.

Chào tinh tấn.

Người anh cao niên,
Nguyên Hồng

Lời nói đầu

LIÊN ĐOÀN TRƯỞNG: Anh là người chịu trách nhiệm về sự thịnh suy của Gia Đình - Với nhiệm vụ cụ thể: Điều động Ban Huynh Trưởng - Thi hành chỉ thị của Ban Hướng Dẫn - Huấn luyện - Tổ chức sinh hoạt - Báo cáo v.v...

Liên Đoàn Trưởng đóng vai trò hết sức quan trọng trong Gia đình, hay rõ hơn, cho tổ chức phong trào GĐPT. Để hoàn thành nhiệm vụ này, ngoài sự thụ huấn ở các trại huấn luyện, Liên Đoàn Trưởng cần phải tìm tòi, học hỏi thêm để tiến bộ, mới đủ khả năng nắm vững và phát triển tổ chức...

Liên Đoàn Trưởng phải có tư cách tốt, trước hết tư cách một Huynh Trưởng nói chung, tư cách một Đoàn Trưởng nói riêng - Cái tư cách cần thiết, sâu đậm hơn: Tư cách lãnh đạo.

Những đoạn trên được trích từ tài liệu Huấn luyện - không ai trong chúng ta mà không đọc qua, suy nghĩ về nó - thậm chí thuộc nằm lòng.

Bao nhiêu đó, đủ để trả lời câu hỏi: Yếu tố nào, đức tính nào, để chúng ta vượt qua trở ngại, hoàn thành công tác?

Nhưng thực sự ra sao? Khi biến những lý thuyết kia thành những hành động cụ thể sinh động? Nói dễ dàng lắm vậy, nhưng trong thực tế, chúng ta mới thấy "trăm cay ngàn đắng", mới thấy chúng ta đã quên đi khá nhiều những điều chúng ta đã huấn tập ở bậc đàn anh - Do thời thế cũng có, do thói quen lâu đời "sống lâu lên lão làng" cũng có, do những tác động bên ngoài, nghề nghiệp, tính khí... cũng có - Chúng ta nhiều khi lẫn lộn giữa cứu cánh và phương tiện, giữa tính chất và phương pháp.

Dù đã được un đúc lâu dài trong tổ chức, đôi khi chúng ta vẫn thấy lúng túng khi phải chọn lựa một giải pháp, quyết định một phương thức, áp dụng một biện pháp hay hoạch định một hướng đi.

Chúng ta bù đầu giải quyết việc sống còn trước mắt, những kế hoạch giai đoạn, luồng lách, tùy duyên... Chúng ta không có thì giờ nhìn lại "bản lai diện mục" để xác định vị trí, vai trò thực sự của Liên Đoàn Trưởng một cách chính xác - quên đi, hoặc nhầm lẫn giữa mục đích, phương tiện - Nên nhớ, đối tượng chính của chúng ta là những con người, những con người cần phải được tôn trọng và có quyền được tôn trọng.

Có nhiều anh em, vì quá thương yêu đoàn sinh tha thiết với tổ chức và đóng vai trò "cha già" của GĐPT. Nhiều anh chị, có khi do thói quen nghề nghiệp, hoặc tác động xã hội đã hành xử chức vụ Liên Đoàn Trưởng như một kẻ chỉ huy. Lãnh đạo GĐPT với tác phong của một nhà quân sự, một thủ trưởng hành chánh công quyền - Lạy Phật - chưa hành xử như một giám đốc công ty!

Từ đó, chúng ta biến công việc Liên Đoàn Trưởng của chúng ta thành công việc điều khiển một hiệp hội, một cơ quan: có khi một ký nhi viện, đôi khi thành một lực lượng. Quan niệm sai lầm lớn nhất là xem GĐPT là một tổ chức "đoàn ngũ hóa" trẻ em Phật giáo mà quên đi mục đích chính của chúng ta là giáo dục, đối tượng, cứu cánh vẫn là các em.

Đừng biến các em làm công cụ cho mình! Hãy nhìn lại chính mình - Nhìn lại "bản lai diện mục" của "Ông Liên Đoàn Trưởng: Ông là ai?

Do đó:

1. Người viết chỉ cố gắng khảo sát, nhận định vấn để đặt căn bản ở nguyên lý hành xử nhiệm vụ Liên Đoàn Trưởng - Những tư cách, nhiệm vụ (nặng về phần kỹ thuật) của một Liên Đoàn Trưởng chúng ta đã có tài liệu hướng dẫn khá nhiều rồi.

2. Người viết thử trình bày một vài nguyên lý, tính chất của công việc lãnh đạo (tư cách lãnh

đạo - khả năng lãnh đạo) trong GĐPT, dựa trên những ưu tư trăn trở, những quan sát, những bàn luận với anh chị em Huynh Trưởng và kinh nghiệm ít ỏi của mình - đầy những sơ sót - như là một trao đổi, tâm sự, đầy tính chủ quan.

3. Người viết không tham vọng tìm kiếm một chân dung Liên Đoàn Trưởng lý tưởng - mà là một Liên Đoàn Trưởng có thể có - được.

4. Người viết cũng không có tham vọng lập một tham luận đầy đủ hoàn chỉnh mà chỉ là những cảm nghĩ chân thành dựa trên kinh nghiệm nghề nghiệp, kinh nghiệm sinh hoạt sau mấy năm làm công tác "như là Liên-Đoàn Trưởng" trong một hoàn cảnh tế nhị như những năm qua cũng như những sách vở hiếm hoi thu thập được.

5. Những chương mục trong tham luận này có tính cách tượng trưng để dễ trình bày, dàn bài không được trong sáng, những ý tưởng có thể trùng lập trong các để mục. Nhưng biết sao!

Chúng ta bàn về một con người, mà con người lại bất khả phân chia - Vả lại chúng ta chỉ tâm tình thôi mà!

- Nội dung tham luận có 3 để mục lớn:
- Liên Đoàn Trưởng, anh là ai? (vai trò, vị trí)
- Anh phải thế nào? (đức tính, khả năng)
- Anh làm gì? (các vấn để kỹ thuật, phương thức hoạt động)

Nam Mô Thường Tinh Tấn Bồ Tát Ma Ha Tát.

I.

LIÊN ĐOÀN TRƯỞNG, ANH CHỊ LÀ AI?

Mở đầu câu chuyện, xin kể:

"Có hai em Oanh vũ mới vào Gia Đình ít lâu, đứng trước sân chùa trong giờ sinh hoạt, hai em bàn công việc của từng người trong Gia Đình mà em đã quan sát được:

Một em nói: *Đoàn Trưởng của mình điều khiển xếp hàng giỏi ghê!*

Các anh chị hướng dẫn nhiều đàn hơn, hay hơn. - Một em khác tỏ ý kiến.

Các anh chị còn bày vẽ mình học nữa chứ!

Một em khác băn khoăn: *À còn anh Liên Đoàn Trưởng nữa, không biết anh ấy làm gì? Anh ấy thì để làm gì?*

Sau một lúc suy nghĩ, một em có vẻ lớn hơn tỏ vẻ hiểu biết hơn trả lời: *Anh Liên Đoàn Trưởng thì để làm chủ lễ.*

Câu trả lời của em Oanh vũ kia không hẳn là không duyên cớ, có ai thấy anh Liên Đoàn Trưởng trực tiếp làm gì với đoàn sinh đâu? Ngoại trừ chủ lễ?

Nhận xét trên của các em Oanh vũ đặt vấn đề cho chúng ta suy nghĩ: Vai trò của Liên Đoàn Trưởng trong Gia đình, nhiệm vụ của anh là gì trong sứ mệnh giáo dục các em?

Chẳng lẽ giáo dục các em mà chỉ có việc làm chủ lễ? Thế thì tại sao anh không trực tiếp giáo dục Đoàn sinh mà vẫn hoàn thành công tác giáo dục của mình? Vị trí anh ta ở đâu?

Nếu ví GĐPT như con tàu đang chạy trên biển cả mà máy móc, nghĩa là sức mạnh đẩy con tàu tiến tới, là Ban Huynh Trưởng. Thế thì Liên Đoàn Trưởng đóng vai trò gì đây? Thưa, chính là thuyền trưởng. Anh đứng trên buồng chỉ huy với tấm bản đồ và kim chỉ nam, kiểm soát cho con tàu đi đúng hướng, máy móc toàn hảo để tiến đến bến đã định.

Người ta sẽ thấy ít khi thuyền trưởng xuất hiện (em Oanh vũ hiểu lầm là có lý do đấy chứ?)

Nói như vậy để nhắc rằng, chúng ta chẳng phải cần làm tất cả mọi việc, giỏi mọi mặt, và nếu chúng ta có ý tưởng tự mình làm lấy mọi việc, chúng ta sẽ không thể nào vừa đồng thời ở buồng chỉ huy và vừa ở trong buồng máy được.

Mà suy cho cùng, máy chạy cần xăng dầu, nhưng có ai thấy xăng ở đâu?

Thế thì, trong GĐPT, Liên Đoàn Trưởng, anh là ai?

Là người lãnh đạo công việc của Ban Huynh Trưởng, là kết hợp, lôi cuốn, huấn luyện tổ chức, đôn đốc kiểm tra. Anh lãnh đạo, điều hành Ban Huynh Trưởng thực hiện nhiệm vụ giáo dục đoàn sinh thông qua các Huynh Trưởng cộng sự.

Cũng bởi là người lãnh đạo với những trách nhiệm của nó, anh dễ dàng hiểu biết về "sự lãnh đạo" và "lãnh đạo trong một hệ thống lãnh đạo". Do đó, anh cũng chính là người chịu sự lãnh đạo - Chịu sự lãnh đạo của ban tổ chức, của cấp trên và chịu sự lãnh đạo của ý chí tập thể Ban Huynh Trưởng. Dĩ nhiên, anh là người lãnh đạo chứ đâu phải "thủ lĩnh" hay "đại ca"?

Và vì là người lãnh đạo, người ban hành quyết định, anh chính là người chịu trách nhiệm về toàn thể công việc trong Gia đình, từ việc nhỏ đến việc lớn, từ lúc bắt đầu đến khi kết thúc.

Liên Đoàn Trưởng phải chịu trách nhiệm không những với Ban Hướng Dẫn Tỉnh (Miền), với Ban Huynh Trưởng, với đoàn sinh của mình mà còn với tổ chức GĐPT Việt Nam. Với ý thức trách nhiệm đó Liên Đoàn Trưởng mới có thể hoàn thành "trách nhiệm nặng nề" trên.

Người ta nói: "Trong một tập thể, muốn biết ai lãnh đạo, cứ việc hỏi xem, trong trường hợp thất bại, ai phải là người chịu trách nhiệm."

Là người điều hành, chứ không chỉ điều khiển, chỉ huy... cai trị.

Liên Đoàn Trưởng - người điều hành, người lãnh đạo - khác với người chỉ huy ở chỗ không phải ra lệnh cho mọi người thi hành để đạt đến mục đích - vì nó phản lại tinh thần giáo dục - nhưng anh phải gây ảnh hưởng đến mọi Huynh Trưởng cộng sự để anh em cùng chia sẻ với mình, hợp tác với mình để đạt đến mục đích chung mà mọi người đã tự nguyện chọn lựa.

"Giá trị của người lãnh đạo không phải ở những gì anh ta làm ra mà ở những thứ anh khiến người khác tạo ra và ảnh hưởng của anh đối với họ".

Chúng ta phải nhớ rằng, chúng ta đang lãnh đạo một tập thể có lý tưởng, có khả năng tự hoàn chỉnh chứ không phải là một tập thể ngu ngơ lúc nào cũng phải cầm tay chỉ việc.

Liên Đoàn Trưởng còn là một nhà giáo dục: Là người lãnh đạo Ban Huynh Trưởng hoàn thành công tác giáo dục đoàn sinh. Trước hết và trên hết: Liên Đoàn Trưởng phải là một "Nhà giáo dục".

Bản thân Liên Đoàn Trưởng phải là một phương tiện giáo dục từ tác phong, cử chỉ, từ lời nói đến hành động, cung cách làm việc, đối xử. Từ quan điểm đến biện pháp thi hành. Nhất cử, nhất động đều thể hiện "tính giáo dục".

Liên Đoàn Trưởng phải am tường kiến thức giáo dục, từ mục đích giáo dục, nền tảng giáo dục, đường lối, lý thuyết, đối tượng, phương pháp giáo dục, tâm lý giáo dục, phương tiện giáo dục, chương trình giáo dục của GĐPT.

Liên Đoàn Trưởng luôn tâm niệm mục đích chính của GĐPT là giáo dục và giáo dục theo tinh thần Phật giáo và từ đó, mọi nỗ lực của chúng ta phải hướng về mục đích chính đó.

Có như vậy Liên Đoàn Trưởng mới hướng dẫn anh em đi đúng đường, phân biệt đâu là phương tiện, đâu là cứu cánh, mục đích. Mọi hình thức sinh hoạt, mọi hoạt động của Gia đình, mọi biện pháp áp dụng đều không thể phản lại mục đích giáo dục Đoàn sinh và tự giáo dục chính mình.

Liên Đoàn Trưởng không thể vì những kết quả tốt đẹp trước mắt hay của một hoạt động, một công tác hấp dẫn nào đó mà chọn những phương tiện, thi hành những biện pháp phản lại lý tưởng ban đầu. Chúng ta phải luôn trung thành với lý tưởng đó, lý tưởng mà nhờ đó GĐPT đã hình thành, đã lớn mạnh và đã "thọ" đến ngày hôm nay, hơn nửa thế kỷ.

"Gia Đình Phật Tử là một tổ chức giáo dục và chỉ làm một tổ chức giáo dục trong Giáo Hội, vì giáo lý ấy có đủ 3 điều kiện cần thiết để đào tạo con người theo đúng nghĩa của nó: phần tình cảm (Bi) phần lý trí (Trí) phần chí Dũng (Dũng).

Thiếu một trong ba phần ấy, con người chưa phải là con người. Ba phần ấy, cần phải được phát triển bằng nhau và cho đến cùng độ để xứng với con người luôn luôn tiến bộ. Chúng tôi vì mục đích giáo dục mà lựa Phật giáo làm nền tảng, chứ không phải vì Phật giáo mà lôi kéo thanh niên. Đạo là một con đường, một phương tiện mà con người mới thật là mục đích..." (Trích diễn văn của Trưởng Ban Hướng Dẫn TP, đọc nhân lễ Phật đản 2496).

Bao nhiêu lời ấy, đủ làm kim chỉ nam cho công tác lãnh đạo giáo dục trong GĐPT rồi.

Rõ ràng những tư tưởng chủ đạo ấy đã nêu rõ mục đích sáng ngời, miên viễn của tổ chức chúng ta: Giáo dục là cứu cánh, mục đích là con người.

Đối với chúng ta lúc này, đôi khi vì quá bận bịu công việc gia đình, những khó khăn vì thời cuộc, những biện pháp có tính cách sống còn của tổ chức đủ làm cho chúng ta tràn ngập từ tuần này sang tuần khác, chúng ta đã có thể đã buông trôi và chìm dần trong khó khăn hiện tại mà quên đi mục đích thực sự của phong trào.

Chúng ta phải luôn cảnh giác về sự lẫn lộn giữa mục đích và phương tiện - sự lầm lẫn này cộng với sự nhiệt tình chỉ dẫn chúng ta biến GĐPT thành một lực lượng - chúng ta quả tình không có tham vọng cũng như không có ý định đoàn ngũ hóa trẻ con.

Vả lại, trong lúc khó khăn, lý tưởng nào có thể thuyết phục người khác, những kẻ không đồng tình với chúng ta vì lẽ này hay lẽ nọ, bằng lý tưởng giáo dục?

Xác định được vị trí, vai trò, và hướng đi chúng ta sẽ thành công được nửa đường rồi đó. Đức Phật sẽ gia hộ chúng ta.

II.

LIÊN ĐOÀN TRƯỞNG, ANH CHỊ LÀ NGƯỜI THẾ NÀO?

Nhận một trách nhiệm trong một tập thể giáo dục thanh thiếu niên như GĐPT. Không phải chỉ vì giáo dục trẻ mà chính là cũng tự giáo dục mình - tự hoàn chỉnh lấy mình - tự luyện lấy những đức tính cần thiết trong công việc của một Liên Đoàn Trưởng.

Tư cách của một Liên Đoàn Trưởng, trước hết phải là tư cách của một Huynh Trưởng, một đoàn trưởng, điều này đã rõ - Trách nhiệm Liên Đoàn Trưởng đòi hỏi người nhận trách nhiệm phải có một tư cách tốt hơn, đặc thù hơn, sâu đậm hơn: đó là "Tư cách lãnh đạo". Một khả năng tổng quát hơn: "khả năng lãnh đạo".

Nói ra, kể ra những đức tính thật dễ dàng, nhưng đạt được phải bằng một công phu tự tu luyện lâu dài, gian khổ. Chúng ta nhận lấy trách nhiệm Liên Đoàn Trưởng, chúng ta phải thấy rằng mình được may mắn có được một hoàn cảnh tốt, những duyên lành để tự luyện các tính tốt đó.

Un đúc lâu dài trong tổ chức GĐPT, hẳn chúng ta đã huân tập được nhiều đức tính, những khí tính đó không xa ngoài 3 đức tính cơ bản: Bi -Trí - Dũng, phù hợp với 3 yếu tố tạo nên con người: Tình cảm, lý trí và ý chí.

Yếu tố tình cảm (BI) sẽ thúc đẩy anh muốn làm Liên Đoàn Trưởng - Muốn làm công tác giáo dục - Muốn đem lợi lạc đến cho mọi người, chứ không vì lý do nào khác. Động cơ thúc đẩy anh nhận lãnh trách nhiệm Liên Đoàn Trưởng chỉ vậy và chỉ vậy mà thôi.

Yếu tố lý trí (TRÍ) sẽ giúp chúng ta biết làm.

Biết làm Liên Đoàn Trưởng.

Yếu tố ý chí (DŨNG) sẽ khiến chúng ta dám làm. Dám làm Liên Đoàn Trưởng.

1. TÌNH CẢM: BI

Chúng ta tự hỏi, chúng ta có thành thật yêu mến, gắn bó với tổ chức không? Có thật sự yêu mến các em không?

"Công tác giáo dục là một nghệ thuật khó khăn và tế nhị. Nó cần phải có một ít kiến thức, một ít kinh nghiệm, một phần khả năng, nhiều lương tri, nhiệt tình và nhất là vô lượng tình thương."

Yêu trẻ không phải làm kẻ cả, đứng ở vị trí bề trên mà ban phát tình thương cho chúng, chúng ta nhiều khi nên hòa mình với chúng để truyền cho chúng tin yêu cụ thể, phải giữ tinh thần trẻ trung đầy nhựa sống, dù mái tóc đã điểm sương, để làm mất đi khoảng cách tuổi tác - Michelot cho rằng: "Giáo dục là một thứ tình bằng hữu."

Và trong tổ chức chúng ta, cái mà chúng ta

thường gọi đùa "Anh ông nội", "anh ông ngoại" cũng với mục đích này.

Đối với Ban Huynh Trưởng, những anh em cộng sự: Chúng ta có thành thật muốn giúp cho mọi người cùng đạt tới một cứu cánh chung tốt đẹp cho chính họ hay không?

Chúng ta có muốn tất cả anh em Huynh Trưởng trong Gia đình đều có cơ hội cống hiến sức lực của mình cho mục đích chung? Và cùng nhau thăng tiến?

Chúng ta có thành thật yêu mến họ - chính họ - cả nết tốt lẫn tính xấu. Chứ không phải yêu mến thành quả của họ đã đạt được, cho thành tích của anh?

Chúng ta có đủ rộng lượng để bao dung các ý kiến khác biệt, các cá tính - có đủ khiêm tốn và phục thiện để học ở anh em khác bằng cách sẵn sàng nghe ý kiến của họ?

Chúng ta có thành thật quý trọng và chú ý đến nhân cách của từng người và tự đặt mình vào địa vị của họ mà xét đoán, cũng như đối xử với mọi người theo một cách riêng mà không giả dối không?

Chúng ta có chia sẻ mọi niềm tự hào cũng như mọi lo toan cho tất cả anh em để họ có chung niềm tự hào đã đóng góp công sức vào sự nghiệp chung?

Chúng ta có quan tâm - trong khi lãnh đạo - chúng ta cùng một lúc tạo thêm những người lãnh đạo khác để giúp đỡ mình hay để thay thế mình - chứ không phải tạo ra những người thừa hành để sai khiến bằng những thủ đoạn, mỵ dân hay cưỡng lý?

Chúng ta có giành hết, ôm đồm hết mọi công việc để tự tạo hào quang cho mình, mong muốn bản thân trở thành thần tượng hay chúng ta biến thành "anh hùng cá nhân" chưa?

Cuối cùng chúng ta có xem việc lãnh đạo - trách nhiệm Liên Đoàn Trưởng - như một cơ hội phục vụ? - Chúng ta yêu "nhiệm vụ Liên

Đoàn Trưởng" hay yêu "chức vụ Liên Đoàn Trưởng"?

Trên đây là tất cả những vấn nạn mà bất cứ Liên Đoàn Trưởng nào có lương tâm điều phải tự đặt ra và phải tìm được những câu trả lời thích đáng, sau khi đã hành xử nhiệm vụ Liên Đoàn Trưởng tại Gia đình mình. Người Liên Đoàn Trưởng cũng phải đặt lại những câu hỏi này trong một tháng, một năm, hay nhiều năm sau. Tới lúc đó chúng ta sẽ có nhiều nghi vấn khác nữa để tự đặt ra cho mình. Điều này rất tốt mà nhờ đó mà người Liên Đoàn Trưởng lúc nào cũng hiểu được mình đang làm gì và tại sao mình lãnh trách nhiệm đó.

Những điều này có vẻ nghiêm khắc, nhưng người ta vẫn nói rằng có tự nghiêm khắc mới lãnh đạo - nhất là lãnh đạo một tổ chức giáo dục, tự nguyện.

2. Ý CHÍ: DŨNG

Về ý chí, có 3 đức tính cần rèn luyện: Lòng tin

- Tự chủ và Quyết đoán.

Làm giáo dục, phải tin tưởng ở Phật tính nơi mỗi con người - ở khả năng thay đổi, hướng tới chân - thiện - mỹ của mỗi con người - Tin ở Đức Phật và giáo lý của Ngài, ở nguyên lý, và phương pháp giáo dục của Ngài qua chính đời sống của Ngài.

Phải tin vào công việc đang phụ trách, nhiệm vụ đang hoàn thành mà tổ chức GĐPT giao phó.

Tin ở mục đích GĐPT, tin ở đường lối, khả năng lãnh đạo của tổ chức. - Tin ở anh em Huynh Trưởng cộng sự với mình.

Phải tin ở chính mình, ở sức cố gắng tiến tới. Chúng ta nêu gương cho anh em không phải ở con người tài ba mà gương của một con người bình thường luôn luôn gắng sức làm tốt nhiệm vụ của mình.

Không sợ lỗi lầm, điều đáng xấu hổ và sẽ không thuyết phục được ai nếu dùng lý luận quẩn quanh để bào chữa cho mình, tệ hại hơn lại tìm cách đổ thừa lỗi lầm của mình cho anh em Huynh Trưởng khác.

Đừng sợ hãi vì đã lầm lẫn, một khi đã mắc phải lỗi lầm, hãy thành khẩn nhìn nhận và tìm thấy bài học quí giá qua những lỗi lầm đó. Lòng tín nhiệm của anh em sẽ được cũng cố qua nỗ lực của chúng ta trong việc sửa chữa những thất bại của chính mình.

Cố gắng học hỏi nơi những người khác, cố gắng trở thành một con người tốt hơn trong khi vẫn giữ bản sắc của mình; nhưng đừng bắt chước như những con khỉ. Anh em rất bén nhạy trong việc khám phá ra sự giả hình và chẳng để cho ai lường gạt bằng những hành vi "nặng phần trình diễn" - Chúng ta chỉ nhận được sự lố bịch thay vì thán phục khi cố gắng bắt chước bộ mặt nhăn nhó của Tây Thi.

Đừng cố gắng chứng tỏ "ta đây" luôn sáng suốt, luôn tài ba vì lẽ đơn giản là "hữu xạ tự nhiên hương". Và lại, lòng tin cậy yêu thương của mọi người đặt nơi ta đâu phải bởi chúng ta là người đã hoàn chỉnh, không sai sót! Nếu vậy người ta yêu cái máy tính điện tử sướng hơn.

Lòng tin tưởng trên đưa đến lòng tự hào về nghĩa vụ của mình. Lòng tự hào này giúp chúng ta vững tin để hoàn chỉnh nhiệm vụ (tự hào có vẻ giống hãnh diện nhưng không phải tự mãn tự kiêu). Tự chủ để biết mình kiên nhẫn, bền bỉ chịu đựng hoàn cảnh (về người cũng như về vật) để đạt đến kết quả cuối cùng vì biết mình phải đạt tới và có trách nhiệm phải đạt tới kết quả đó.

Tự chủ khiến chúng ta có thể làm gương mẫu cho mọi người về kỷ luật, về sự gắng sức không ngừng để cầu tiến.

Đức quả quyết làm nổi bật vai trò người Liên Đoàn Trưởng - người lãnh đạo - trong các lúc khó khăn nguy biến. Khi mọi người bối rối phân vân không dám quyết định vì không có khả năng phán đoán, không đủ tự tin hay không dám lãnh trách nhiệm về hậu quả của những quyết định khó khăn đó.

Sự rèn luyện tình cảm, ý chí - Bi và Dũng - tạo cho Liên Đoàn Trưởng một tinh thần cao quí và hiếm hoi: Tinh thần trách nhiệm và dám chịu trách nhiệm.

3. LÝ TRÍ: DŨNG

Như đã nêu trên người Liên Đoàn Trưởng phải có khả năng quyết đoán - nhưng không phải quyết đoán một cách bừa bãi, bướng bỉnh, mà phải đặt trên cơ sở lý trí, kiến thức, óc phán đoán, suy xét, nhận định, chọn lựa. Nói chung: Sáng suốt.

Do đó ngoại trừ những kiến thức chung cơ bản (Ngũ minh) chúng ta cần rèn luyện những khả năng chuyên biệt: Khả năng lãnh đạo.

Khả năng thứ nhất là sáng kiến: sáng kiến đòi hỏi phải có óc tưởng tượng và biết lo xa để trù liệu trước những khó khăn, trở ngại và nghĩ ra cách đối phó.

Sáng kiến hiểu theo nghĩa khiêm tốn là biết thích ứng với hoàn cảnh, biến chế phương tiện hay cơ cấu phù hợp với nhu cầu mới, hoàn cảnh mới, công tác mới.

Một nhiệm vụ không kém quan trọng của Liên Đoàn Trưởng là "thi hành các chỉ thị của Ban Hướng Dẫn" điều này buộc người Liên Đoàn Trưởng phải có khả năng hiểu rõ các chỉ thị từ cấp trên. Sự hiểu biết này theo hướng ăn khớp với mục đích tối hậu của GĐPT. Do đó khả năng hiểu biết sâu sắc về những vấn đề thuộc tính lý tưởng, mục đích, cứu cánh của tổ chức cũng như về sứ mệnh của GĐPT - để hiểu rõ và áp dụng tinh thần chỉ thị đúng hướng, đúng đường.

Việc tham dự các trại huấn luyện, các khóa học thường kỳ không thể thiếu được trong việc bồi dưỡng khả năng này.

Khả năng phân tích một vấn đề, nhận xét một hoàn cảnh để từ đó rút ra những kết luận, căn cứ vào đó có thể lập thành một kế hoạch hợp lý khả thi.

Khả năng tạo một tổ chức thích hợp để thực hiện một kế hoạch, trong đó có việc lựa chọn và phân công tác cho Huynh Trưởng đảm nhiệm một phần hành công việc hợp khả năng, hoàn cảnh cho từng người để đạt hiệu quả cao nhất.

Óc thực tế: Người ta nói rằng: "Người lãnh đạo có cái đầu trên mây nhưng đôi chân ở dưới mặt đất".

Trong khi "cái đầu trên mây" luôn luôn hướng về lý tưởng, mục đích để định hướng; "đôi chân ở mặt đất" - óc thực tế - bắt chúng ta luôn luôn tìm hiểu, suy xét để biết chính xác về hoàn cảnh hiện có, khả năng của từng người, phương tiện có thể sử dụng được, để từ đó đặt một kế hoạch khả thi, chương trình thích hợp đưa công việc đến thành công.

Óc thực tế trong suốt cuộc đời Đức Phật từ lúc nhỏ đến khi xuất gia, càng tỏ rõ hơn trong thời gian Ngài truyền chánh pháp là một bài học vô tận mà chúng ta chiêm nghiệm.

Thiếu khả năng này, chúng ta nhiều khi say sưa lý tưởng, thuần lý, dẫn đến những tư tưởng cực đoan, những hành động quá khích, đánh rơi mục đích chính mà ta đang theo đuổi - "Tính cực đoan thường phản lại cứu cánh đang tôn thờ.""

Hãy hết sức đơn giản, nếu không chúng ta sẽ bị tràn ngập bởi những chi tiết không vừa ý, chìm đắm trong những thủ tục hành chính rườm rà vô bổ, tạo điều kiện cho thói vô trách nhiệm, thiếu tinh thần cộng tác và lòng tin cậy đã bị xói mòn".

Quy chế trong tổ chức GĐPT được thiết lập để hỗ trợ công cuộc giáo dục chứ không phải để ngăn cản công việc.

Giao tế: Liên Đoàn Trưởng còn phải biết rõ tâm lý của anh em trong Gia Đình và các phản ứng của họ. Người ta hỏi vị chủ tịch Tổng Giám

Đốc Công ty General Motor (một hãng chuyên sản xuất máy móc, động cơ): - Có lẽ Ngài giỏi về máy móc lắm? Ông ta trả lời: "Ờ, máy móc thì tôi cũng biết chút ít, nhưng con người thì tôi biết rành hơn."

Biết cách nói làm sao cho mọi người hiểu mình và phấn khởi cống hiến, đem sức mình để dạy dỗ các em, chứ không phải để anh em phục vụ mình - Khi chúng ta có ý nghĩ như vậy, chính là lúc uy tín chúng ta gãy đổ.

Nói đến uy tín là nói đến sự tin cậy của anh em Huynh Trưởng đối với chúng ta - Sự tin cậy còn tạo ra bởi sự giữ lời hứa, do đó chỉ nên hứa ít thôi. Không có gì làm hại đến uy tín của chính mình bằng cách nói mà không làm, đề ra mà không thực hiện.

Kiến thức tổng quát: Điều quan trọng tạo ra một Liên Đoàn Trưởng có uy tín, biết quyết định đúng là chúng ta phải tỏ ra là người có thẩm quyền về mọi phương diện trong lĩnh vực chuyên môn. Do đó chúng ta cần phải biết rõ ràng về tổ chức, phương pháp, phương tiện của tổ chức các vấn để chuyên môn để chúng ta có thể phân phối thúc đẩy mọi người và trả lời các câu hỏi, các thắc mắc phân vân của anh em một cách rõ ràng, mau lẹ. Tuy nhiên, Liên Đoàn Trưởng không bắt buộc phải rành rõ xuất sắc về tất cả các bộ môn từ Phật pháp đến chuyên môn, từ tổ chức đến thực hiện...v.v. Điều này anh em Huynh Trưởng đã mỗi người một tay, mỗi người một tài năng giúp đỡ. Nhưng anh có bổn phận phải biết những điều chính yếu, nguyên lý của vấn đề, tinh thần bộ môn đủ để điều động các anh em, phán đoán đúng sai, phải trái, nên làm hoặc không nên làm.

Rèn luyện năng lực lãnh đạo: Chúng ta hy vọng có một Ban Huynh Trưởng có năng lực - đúng thôi nhưng năng lực của anh chị em có được phát triển đúng hay không, có được bồi dưỡng tốt hay không, có được đánh giá đúng hay không tùy thuộc vào năng lực của chính bản thân chúng ta.

Năng lực lãnh đạo được hiểu một cách khiêm nhường là: - Năng lực phát hiện, thu hút năng lực:

- Năng lực bồi dưỡng năng lực.
- Năng lực sử dụng năng lực.
- Năng lực nhận thức, đánh giá năng lực.

Anh em sẽ khổ tâm biết bao khi năng lực của mình không được biết đến, không được sử dụng hoặc bị đánh giá sai lầm.

Châm ngôn Bi-Trí-Dũng vẫn luôn là tâm niệm trong mỗi chúng ta. Là chuẩn mực mọi đức tính, mọi khả năng trong đời Phật tử cũng như trong công tác giáo dục, đào tạo các em thành những Phật tử chân chánh.

Nói đến đào tạo các em thành những Phật tử chân chánh; góp phần xây dựng xã hội theo tinh thần Phật giáo, một sự hiểu biết sâu sắc không thể thiếu được của một Liên Đoàn Trưởng: Nội minh.

Thật không thể tin được rằng khi giáo dục các em và góp phần xây dựng xã hội theo tinh thần Phật giáo mà không hiểu; không có tinh thần Phật giáo, không thấm nhuần tinh thần Phật giáo; không nói năng, hành xử, suy nghĩ nhất quán bằng tinh thần Phật giáo - Điều quan trọng là tinh thần Phật giáo thể hiện trên từng ý nghĩ, trong từng việc làm, chứ không phải một mớ danh từ Phật học - Coi chừng chúng ta sẽ trở thành kẻ lừa dối vì toan tính cho người khác cái mà ta không có.

Để xứng đáng là một Liên Đoàn Trưởng là một khó khăn, đòi hỏi tự giác tu học với tinh thần tinh tấn dũng mãnh. Nhưng muốn trở thành Liên Đoàn Trưởng là một khó khăn hơn nhiều, trong công cuộc cụ thể đặt chúng ta trước những vấn đề có tính kỹ thuật - cách làm - muôn trùng tế nhị, những tình huống gay go, mà trách nhiệm chúng ta giải quyết.

Cách làm đó, đòi hỏi chúng ta tự học, tự luyện lấy qua kinh nghiệm hành xử cụ thể để có thể giải đáp câu: Liên Đoàn Trưởng, anh làm gì?

III.

LIÊN ĐOÀN TRƯỞNG, ANH/CHỊ LÀM GÌ?

Công việc có thực hiện đạt hiệu quả hay không, dĩ nhiên tùy thuộc rất nhiều ở đức độ và khả năng của người Liên Đoàn Trưởng. Tuy nhiên, các việc làm cụ thể, các kỹ thuật chính yếu vẫn không thể thiếu được.

Từ kỹ thuật làm việc, kỹ thuật hội họp, kỹ thuật phân phối, giao tế, giảng dạy, v.v... Tựu trung trong chức năng Liên Đoàn Trưởng, các công việc sau đây chúng ta cần đặc biệt quan tâm, vì chính nó sẽ là tác nhân cho sự hòa hợp, cho tinh thần hăng hái nhiệt tình, cho sự thuận lợi của mọi hoạt động và cả cho sự tiến bộ của chính mình.

1. PHÂN CÔNG

Thật khó tưởng tượng với hình ảnh một Liên Đoàn Trưởng ôm đồm, đầu tóc rối bù, loay hoay, vừa dạy Phật pháp xong nơi này, phụ trách gút morse đầu kia, vừa viết văn thư vừa ghi biên bản, vừa cầm còi tập họp vừa lo nước uống cho đoàn sinh, vừa chủ lễ vừa lo đóng cửa chùa... Một Liên Đoàn Trưởng đa năng, đa hiệu hay... đa đoan? Chúng ta không phủ nhận nhiệt tình, nhưng chúng ta không chấp nhận sự độc quyền cống hiến.

Nếu chúng ta quá chú ý đến những công việc chi tiết, chúng ta sẽ không có thì giờ để có cái nhìn đại thể. Vả lại, công việc chính của Liên Đoàn Trưởng là điều hành chứ không phải làm thay?

Trách nhiệm mỗi người trong việc chung đều quan trọng, cần thiết và nặng nề như nhau. Không ai có quyền thối thoát, bỏ mặc và cũng không ai có quyền giành lấy một mình.

Công việc lãnh đạo không phải là công việc của một người nhưng của một nhóm người, nhóm người này được hiểu là cơ cấu tổ chức-Ban Huynh trưởng - trong đó một sinh lực dân chủ ngự trị. Trong đó mọi Huynh Trưởng đều có ý thức tham gia tích cực và đầy đủ tinh thần trách nhiệm. Tinh thần này phải được dấy lên từ ngọn lửa trong tim của chính chúng ta - Liên Đoàn Trưởng.

Phải chia công việc cho mọi người, nhưng chia như thế nào? Đó là vấn đề tổ chức, cơ cấu. Nhưng chia và giao trách nhiệm cho ai để anh em biết đâu là phần trách nhiệm, phần công việc của mình một cách chính xác, rõ ràng và có giới hạn rõ rệt. Công việc đó phải toàn Ban Huynh Trưởng phải biết rõ nó liên hệ đến chương trình kế hoạch chung của toàn Gia đình như thế nào - việc này cần thiết vô cùng - Vì chính nó nâng cao tinh thần anh em, khi biết rằng, công việc xem ra đơn giản đã góp phần không nhỏ vào sự nghiệp chung ra sao.

Tất nhiên, phân công giao việc phải đúng khả năng hoàn cảnh người nhận để anh em có thể thích thú thực hiện thành công và phát triển năng khiếu khả năng của mình.

2. TÁC ĐỘNG

Một câu chuyện xin kể ra đây để góp vui cũng là đề tài đáng suy nghĩ:

Tại một công trình đang xây cất ngôi chùa nọ, tôi hỏi 3 người thợ hồ đang làm việc: "Anh đang làm gì đó?". Người thứ nhất trả lời: "Tôi đang làm việc cực khổ để nuôi vợ con". Người thứ hai: "Tôi đang xây bức tường". Người thứ ba - người làm việc nhiệt tình nhất - điểm nhiên trả lời: "Không, tôi đang góp phần xây dựng ngôi Tam Bảo"".

Thế đấy, mục đích công việc quyết định nhiệt tình cống hiến: Hãy làm rõ mục đích trước khi bắt tay vào việc.

Đoàn thể chúng ta là một đoàn thể có mục đích rõ ràng, lý tưởng cao quý. Đó là phương tiện tác động vô cùng hiệu quả - Anh em, khi đã khoác vào mình chiếc áo lam, đương nhiên là đã theo đuổi một lý tưởng rồi - Từ yếu tố lý tưởng đó, tạo ở nhân cách mình một gương mẫu phục vụ lý tưởng và tác động anh em phục vụ, cống hiến cho sứ mệnh GĐPT như mình qua các tình cảm danh dự, tình lam, hộ trì Tam Bảo Hoằng Dương chánh pháp v.v...

Chúng ta phải luôn luôn duy trì không khí lý tưởng đó trong anh em qua các khung cảnh, các nghi lễ trang nghiêm, đôi khi linh thiêng của GĐPT. Việc mặc đồng phục, hiệu kỳ, đoàn ca riêng, luật oanh, luật thiếu... Lễ Gia đình, Lễ Đoàn, của chúng ta cũng cốt để tạo ra một không khí lý tưởng đó. Những hình thức này phải được thực hiện một cách nghiêm túc để luôn duy trì không khí lý tưởng trong GĐPT.

Có lúc chúng ta không được sử dụng đồng phục, hiệu kỳ v.v... là một trở ngại lớn cho công tác giáo dục của chúng ta. Hầu như mọi người anh em Huynh Trưởng có kinh nghiệm đều cảm nhận được điều này.

Luôn có mặt: Sự hiện diện của Liên Đoàn Trưởng trong mọi nơi, mọi lúc sinh hoạt là nguồn động viên lớn cho tinh thần mọi người. "Sự hiện diện của anh là nguồn cổ vũ động viên v.v..." không hề là một câu nói suông, đầu môi chót lưỡi trong anh em. Quả tình anh em rất cần sự hiện diện của người lãnh đạo "người có thẩm quyền", "người chịu trách nhiệm"... vì lẽ dễ hiểu là anh em cần chia sẻ thành công, cần nương tựa khi có khó khăn, cần được hướng dẫn. Tự tin hơn, vui hơn, phấn chấn hơn khi có anh bên cạnh... ít nhất cũng là người có thẩm quyền đánh giá cố gắng và khả năng của họ.

Người ta nhận biết người lãnh đạo xứng đáng biểu hiện sau đây: Chỉ riêng sự hiện diện của hắn cũng là một kích thích tố khiến những người được hắn chỉ huy cố sức vượt tới để phục vụ cho mục đích chung - Đem thay thế chữ Sự hiện diện của hắn bằng chữ sự tưởng nhớ tới hắn thì chúng ta sẽ có một nhà lãnh tụ vĩ đại (L"art d"êtr chef- Gaston Conrtois-nexb. Flerus).

3. HƯỚNG DẪN

Phải yêu cầu mọi người luôn luôn học hỏi để tiến bộ trong phương thức điều khiển đoàn, trong phương pháp dạy trẻ, trong kế hoạch thực hiện bất cứ công tác nào.

Anh em trong Ban Huynh Trưởng phải tự cải tiến bằng cách báo cáo thường xuyên các kinh nghiệm, nhờ đó anh em tự suy nghĩ và trao đổi kinh nghiệm của nhau.

Không thể giao khoán công việc cho người nào mà không kèm theo sự chỉ đạo cụ thể có tính chiến lược hoặc gợi ý về phương thức, phương pháp thực hiện cũng như quy trình, quy phạm rõ ràng. Hiểu biết mập mờ về mục đích, lúng túng trong phương pháp cộng với lòng nhiệt tình của anh em dễ dẫn đến sự sa đà trong công tác, đưa đến thất bại vì những lý do không đâu.

Nếu mọi người đều hiểu biết đầy đủ mình phải làm gì, làm như thế nào, làm khi nào, làm với ai và làm ra sao, thì có lẽ, chẳng cần "sinh ra" cái chức Liên Đoàn Trưởng làm gì.

Khi không có người để tổ chức thực hiện một công tác khó khăn thì thà rằng tạm gác công việc để huấn luyện người còn hơn là duy trì công việc để đưa đến thất bại.

Trong các tài liệu huấn luyện, thường khuyên chúng ta khi thành lập Gia đình mới, đoàn mới, phải được đào tạo cán bộ trước khi thu nhận đoàn sinh không ngoài ý này.

4. THÔNG TIN

Liên Đoàn Trưởng phải tự mình luôn luôn biết rõ tình hình sinh hoạt ở các Đoàn, các bậc học, các hoạt động chuyên môn.

Nhờ biết rõ tình hình chung, Liên Đoàn Trưởng sẽ không lúng túng trước các sự cố bất thường ngoài dự liệu.

Nhiều khi chúng ta có khuynh hướng tự ý bỏ quên một vài việc vì nó khó khăn, vì chán. Chúng ta phải nhìn thẳng vào tất cả công việc để đối phó. Sự hiểu biết tình hình công việc, tình hình đoàn kết, nhiệt tâm của mọi người; tâm lý, nguyện vọng và phản ứng của tất cả anh em.

Câu trả lời: "Tôi không biết" về một tình trạng bê bối nào đó trong Gia đình, chỉ chứng tỏ một điều: Vô trách nhiệm hoặc không nhận được sự tin cậy đặc biệt của anh chị em.

5. PHỐI HỢP

Các bậc học, các công việc bằng cách cho các Đoàn, các Huynh Trưởng phụ trách bộ phận khác nhau được thông báo tình hình chung, gắng sức thực hiện nhiệm vụ của mình để góp phần vào thành tựu chung của tổ chức.

Mỗi đoàn có quyền biết tình hình sinh hoạt của đoàn khác như thế nào, sự việc gì xảy ra? Thành công hay thất bại, buồn hay vui, và có thể giải thích cho anh em biết việc đó ảnh hưởng đến đoàn mình như thế nào.

Hỏi ý kiến mọi người để cải thiện, giải quyết và quyết định về lối làm việc chung.

Việc phối hợp trên đưa đến việc tranh đua, làm tốt hoặc rút kinh nghiệm của đoàn mình, hoặc bổ khuyết những điều thiếu sót hoặc dư thừa gây mất cân đối ảnh hưởng đến hiệu quả chung.

Việc phối hợp thông tin trên đây được thực hiện nhờ ở: "Các buổi họp định kỳ hàng tuần, hàng tháng..." Các báo cáo tờ trình... - Những cuộc tiếp xúc riêng từng Huynh Trưởng mà Liên Đoàn Trưởng phải có nhiệm vụ quan tâm.

Tất cả những công việc trên đây nhằm bảo đảm cho một kế hoạch, một quyết định của chúng ta có cơ sở, khả thi và có thể bảo đảm được thực hiện.

Mặt khác, anh em sẽ vui vẻ nhiệt tình thực hiện một kế hoạch, một chương trình khi quyết định đó là một tác phẩm của toàn Ban Huynh Trưởng. Một quyết định mà mọi người đều tham gia luận bàn, biểu quyết sau một buổi họp. Làm như vậy thật mất thì giờ, nhưng bảo đảm được thực hiện có hiệu quả.

Nói đến các cuộc họp, chỉ có kết quả thực sự khi nó phản ảnh được ý kiến của mọi người. Không ai cho phép chúng ta dự thảo ra một quyết định rồi nói đó là hội nghị. Không ai cho phép chúng ta nói rằng ý kiến chúng ta là hay nhất, thâm thúy nhất, cao cả nhất. Không ai cho phép sau một buổi họp chúng ta vẫn giữ khư khư toàn bộ ý kiến riêng của mình.

Đừng sợ tranh luận. Không khí tranh luận cởi mở trong các buổi họp ảnh hưởng khá lớn đến chất lượng của các quyết nghị- Sự bất đồng ý kiến không phải là điều xấu - vì lẽ, nó sẽ giúp chúng ta nhận ra nhiều sự giải quyết khác nhau. Điều đáng trách là sự khích bác; sự thờ ơ, ngủ gục để trở thành "cái máy gật đầu"". Rèn luyện nghệ thuật điều khiển một buổi họp là điều không thể thiếu của một Liên Đoàn Trưởng giỏi.

Việc học hành là tốt. Nhưng nên nhớ đó là giai đoạn kế hoạch. Khi thực hiện kế hoạch đừng quên Liên Đoàn Trưởng là người có thẩm quyền quyết định - không thể mỗi chút mỗi họp, mỗi việc mỗi bàn - Giá trị của người Liên Đoàn Trưởng được xác định ở đây: Quyết đoán thông minh và tỏ ra là người có thẩm quyền.

6. KẾ HOẠCH

Nói đến điều hành là đã hàm ý kế hoạch.

Liên Đoàn Trưởng chúng ta, ai cũng đã từng qua ít nhất một lần cảm thấy rối rắm "chẳng biết làm gì" - Bốn năm đoàn, năm sáu bậc học - Công việc lể lược chồng chéo dẫm chân. Chúng ta càng thấm thía hai chữ kế hoạch.

Các phương pháp lập kế hoạch dài hạn, ngắn hạn, chi tiết... chúng ta đã nói quá nhiều qua các Trại huấn luyện, hội học và chính kinh nghiệm bản thân.

Ở đây chúng ta thử xem xét trong khi lập kế hoạch những yếu tố nào cần quan tâm:

a) *Mục tiêu:* Chỉ có kế hoạch cho một công tác khi nào biết mình nhắm vào mục tiêu nào - Lễ Vu Lan năm nay ngoài mục đích chung, báo hiếu, còn có những mục tiêu riêng: Gây sự quan tâm cho phụ huynh đoàn sinh, cổ động phong trào GĐPT, đánh tan một sự hiểu lầm về phong trào v.v... Trại liên đoàn kỳ này có mục tiêu khác với Trại liên đoàn năm ngoái...

Cần phân biệt mục đích nào là chính yếu, mục tiêu nào là thứ yếu. Khi cần có thể hy sinh mục tiêu thứ yếu để bảo đảm mục tiêu chính yếu - Một cuộc trại có thể bỏ chương trình hội thảo hay một buổi văn nghệ, nếu cần, để đạt đến mục tiêu khác quan trọng như là làm tăng trưởng tình lam với Gia đình bạn. Bãi bỏ một cuộc du ngoạn để làm xong công tác xã hội là mục tiêu chính.

b) *Nắm vững phương tiện, hoàn cảnh:* giúp đạt

được mục tiêu đó về vật chất lẫn tinh thần.

c) *Kế hoạch, chương trình:* Phải có chương trình tổng quát, chương trình chi tiết, kế hoạch phân công, quy trình, lịch làm việc được ấn định cụ thể cho từng thời điểm.

d) Tất nhiên, nên quan tâm đến vấn đề tài chính. "Có thực mới vực được đạo"" mà!

e) Cuối cùng là tính thực tế của kế hoạch, đảm bảo có thể thực hiện được: Có nhiều kế hoạch rất hay, song mỗi hoàn cảnh chỉ có một kế hoạch thật hay thật đúng. Kế hoạch ấy có thể là kế hoạch tầm thường nhất, không làm cho chúng ta nổi tiếng, không đạt toàn bộ ý muốn chúng ta - nhưng kế hoạch duy nhất có thể thực hiện được. Người Liên Đoàn Trưởng có trách nhiệm và quyết đoán phải có khả năng lựa chọn trúng kế hoạch ấy.

7. ĐÔN ĐỐC

Việc đôn đốc, đối với Liên Đoàn Trưởng, là việc thường xuyên. Dẫu rằng anh em Huynh

Trưởng đều tham gia với tinh thần tự nguyện và hy sinh nhưng các biện pháp đôn đốc vẫn đưa đến những hiệu quả tốt.

Trong việc đôn đốc, việc biểu dương hay kiểm điểm giữ vai trò quan trọng. Trong tinh thần GĐPT, kiểm điểm không có tính răn đe, trừng trị mà chỉ có tác dụng nhắc nhở.

Liên Đoàn Trưởng khi biểu dương, kiểm điểm phải nhân danh lý tưởng, nhân danh tập thể - không bao giờ nhân danh mình. Khen thưởng phải công minh và công khai. Khiển trách có thể kín đáo hoặc công khai sau khi người khiển trách tự biện hộ.

Những sự biểu dương, kiểm điểm có mục đích duy trì kỷ luật tập thể phải xảy ra lúc công việc đang tiến hành chứ không phải sau khi công việc đã hoàn tất.

Trước khi khiển trách, chúng ta tự hỏi: Trong lỗi lầm này chúng ta -Liên Đoàn Trưởng- có bao nhiêu phần trách nhiệm? Và câu trả lời thỏa đáng: Việc xấu hay người xấu?

Và nên nhớ: "Thưởng phạt" trên đây là một biện pháp đôn đốc công việc - một tràng pháo tay, một lời trách móc nhẹ nhàng đều có tác dụng thưởng phạt (biểu dương hay khiển trách) - Khác với "Thi hành kỷ luật" bằng một hội đồng kỷ luật theo Quy chế là một biện pháp chỉ xảy ra khi sự việc đã đến lúc "chẳng đặng đừng". Mà thực tế trong tổ chức chúng ta việc này cũng hiếm khi.

8. BÁO CÁO

Một nhiệm vụ của Liên Đoàn Trưởng là báo cáo lên Ban Hướng Dẫn cấp trên.

Ngoài nhiệm vụ thông tin, khi lập báo cáo, chúng ta phải nên tự xem rằng: Đây là dịp chúng ta nhìn lại chính mình với cái nhìn toàn diện. Nhìn lại thiếu sót của mình cũng như là những kinh nghiệm, đôi khi đau xót, chúng ta đã rút ra được.

Đương nhiên, với ý nghĩa "nhìn lại"" đó, việc

"làm láo báo cáo hay" là không thể chấp nhận. Dối người còn có thể tha thứ, chứ lừa dối chính mình thì... ẹ quá!

Nói đến báo cáo, không thể không nhớ đến tổng kết rút kinh nghiệm sau mỗi công việc, giải quyết mâu thuẫn trong anh em sau một quá trình công tác - điều này không thể tránh khỏi. Phải làm ngay, đừng "để lâu cứt trâu thành bùn", đừng để việc mâu thuẫn nhỏ trong anh em trở thành ung nhọt. Bệnh nào cũng có thể gây biến chứng nếu không được chữa ngay. Biến chứng nào cũng nguy hết.

Chúng ta có thể tự biện hộ bằng từ ngữ "bao dung" nhưng coi chừng có thể chúng ta đã "bao che".

Tổng kết rút kinh nghiệm được xem như một báo cáo trung thực cho chính chúng ta. Do đó, quyền được tự hào về thành quả công việc cũng như quyền được nói lên tâm tư, thắc mắc, uất ức, của anh em phải được xem là một nhu cầu chính đáng.

Công việc Liên Đoàn Trưởng quả là đa sự. Khó khăn, nhưng là việc đáng làm!

THAY LỜI KẾT

Tôi không có tham vọng trở thành một "Liên Đoàn Trưởng xứng đáng", nhưng tôi phải tự cố gắng để "xứng đáng với chức vụ đã mang."

Chúng ta thật còn lâu mới trở thành một "Liên Đoàn Trưởng xứng đáng". Những nguyên tắc, những suy nghĩ trên đây cũng đâu có bắt buộc chúng ta sẽ làm được hết - Biết là một việc, làm được mới thiên nan vạn nan.

Giả dụ, có Huynh Trưởng nào đã điều hành Gia đình theo đúng những điều đã đề nghị trong tập tham luận này, thì anh chị Liên Đoàn Trưởng ấy quả thật tốt đẹp - Tốt đẹp đến độ khó - có - thể - tin - được.

Điều quan trọng phải nhớ là chúng ta đã được

chọn lựa để chu toàn nhiệm vụ này vì chúng ta được anh em tín nhiệm.

Không thể coi đó là một gánh nặng. Những người trao phó cho chúng ta có trách nhiệm nặng nề không đòi hỏi chúng ta phải là một con người tuyệt luân. Nhưng anh em tin rằng: Chúng ta đã có một số yếu tố, một số điều kiện và khả năng hướng dẫn, có thể được sử dụng hữu hiệu vượt qua mọi chướng ngại, đưa anh em hoàn thành trách nhiệm một cách tốt đẹp nhất với sự cộng tác của Ban Huynh Trưởng. Anh em ước mong chúng ta sẽ đem lại hết khả năng của mình cùng với sự giúp đỡ của Ban Huynh Trưởng có được những kinh nghiệm cần thiết. Chúng ta sẽ đóng góp thật sự hiệu quả trong công tác giáo dục đoàn sinh nếu chúng ta nhận lãnh trách nhiệm với lòng thiết tha mong muốn trở thành một Liên Đoàn Trưởng giỏi luôn nỗ lực tìm kiếm những phương thức tốt đẹp cho công tác giáo dục khó khăn kia.

Chúng ta cần nhận thức rằng mọi công tác sẽ

không thể trôi chảy một cách đều đặn. Có lúc, đôi khi chúng ta sẽ cảm thấy mãn nguyện, và cũng có khi chúng ta cảm thấy chán nản và tự hỏi - Làm sao mà chúng ta đã từng dám nghĩ rằng mình sẽ là một "Liên Đoàn Trưởng giỏi?"

Có lúc chúng ta cảm thấy mình hình như là không đạt một tiến bộ cỏn con nào. Nhưng có lẽ chúng ta đừng lo lắng. Chính mọi sự đều có vẻ trôi chảy là nguy hiểm đang tới gần, bởi vì sự hài lòng có thể dẫn tới tự mãn, tự kiêu. "Làm việc đừng mong không gặp khó khăn, vì không khó khăn thì kiêu sa nổi dậy."

Có lẽ chúng ta cũng đừng thắc mắc nhiều về thành quả thấy được trong công tác giáo dục vì nó lâu dài - Và thật ra, chúng ta đâu mong cầu thành bại, thắng thua - Nếu không, chúng ta đã làm chính trị, đã làm kinh doanh hay là làm nhà quân sự - Chúng ta chỉ có một việc chọn lựa: Việc nên làm hay việc không nên làm.

Chúng ta cần mẫn như người gieo hạt - gieo

chủng tử tốt cho đàn em chúng ta. Chúng ta cứ tiếp tục cần mẫn gieo hạt, đời sẽ gặt hái thành quả. Đức Phật sẽ gia hộ cho chúng ta hạt sẽ được gieo vào đất tốt.

Đừng cầu mong một phần thưởng nào hết, dù anh đã xuất sắc trong nhiệm vụ. Nhưng thử tưởng tượng xem, một ngày nào đó, chúng ta có thể ngẩn mặt tự hào: "Em đó ngày nay đã khá hơn vì đã có thời gian làm đoàn sinh của mình..." - Còn phần thưởng nào lớn hơn chăng?

Nhiệm vụ Liên Đoàn Trưởng là nhiệm vụ khó khăn nặng nề, chẳng có gì là "dễ ăn" cả, nhưng là một công việc rất đáng làm.

Cuối cùng, để kết thúc cho để tài: ...Những yếu tố và đức tính nào giúp đỡ anh chị hoàn thành trách nhiệm Liên Đoàn Trưởng? Lại xin kể một câu chuyện như sau:

Lâu rồi, khi tôi còn là một Huynh Trưởng cầm đoàn, tôi đã để hết tâm lực dạy đàn em của mình, quả thật đoàn sinh của tôi "hết chỗ chê":

Phật pháp, chuyên môn, văn nghệ món nào cũng xuất sắc....

Hôm nọ, một anh Huynh Trưởng già đến thăm tôi, sau khi đã ngồi nhìn các đoàn sinh của tôi trổ tài. Huynh Trưởng ấy - một Huynh Trưởng già (Nói nhỏ: Lúc ấy tôi cho là đã "lẩm cẩm") - hỏi tôi:

- *"Đó có phải là những gì em đã dạy cho bọn trẻ đấy không?"*

Trúng "đài", tôi thao thao kể lể thành tích của đoàn mình, nào là tôi đã dạy cho đoàn sinh giỏi Phật pháp nhất Tỉnh, thắt gút nhanh như gió, bắt morse không thua chuyên viên điện tín, tập họp nhanh, nghiêm tập vững, vân vân và vân vân...

- *Được, còn gì nữa?*

Tôi nín thinh.

Anh "Huynh Trưởng già" trầm ngâm như tự nói với mình:

- Không, không! Ngài Tịnh Khiết, Ngài Quảng Đức, những vị cao tăng, nhưng tôi ngờ rằng chắc gì các ngài đã thắt nổi một cái gút dẹt. Thánh Gandi, người được tôn vinh là Thánh chưa chắc đã nhận được morse hay đánh giỏi sémaphore?!

Rồi anh ấy chợt quay lại, nói to hơn như chợt nhớ đến tôi:

- Chú mày nên nhìn vấn đề như thế này: Khi nhận một đoàn sinh vào Đoàn chú mày nên tự hỏi: Tôi sẽ biến em này thành một cái gì đó sau một vài năm làm đoàn sinh của tôi? Chuyên gia thắc gút? Truyền tin hạng nhất ư? Ca sĩ nổi tiếng ư? - Không, không! Tôi sẽ biến em đoàn sinh ấy thành trang thanh niên lý tưởng mà tôi hằng mơ ước, nếu tôi được tái sinh thành trẻ nhỏ.

Có lẽ đúng đấy! Tôi đã nhận thức được một bài học đích đáng. Vì đây là lần đầu tiên tôi nhận thấy tôi đã nỗ lực trên phương diện mà chưa hề nghĩ đến mục đích cuối cùng.

TÀI LIỆU THAM KHẢO

- Các tài liệu huấn luyện Anôma, Niliên, Lộc Uyển, A Dục, Huyền Trang của Gia Đình Phật Tử Việt Nam, Đội Trưởng - Như Tâm Nguyễn Khắc Từ, Văn Minh Dân Chủ - Leslie Lipson, 1973, Hướng Dẫn Sinh Hoạt Thanh Niên, Vài Điều Chỉ Dẫn
- Trưởng Nhóm - Murray Cẩm Đoàn - Đỗ Văn Minh, 1972 Yếu Tố Nhân Sự Trong Công Tác Cộng Đồng - T.R Batten
- Khoa Học Quản Trị - GS Nguyễn Văn Lê và Tạ Văn Hoanh, 1995, Nguyên Tắc Quản Trị - H. Koontz, C.O. Donnell, 1973 Quy Tắc Nghị Sự - Roberns, 1957

Diên Khánh - Khánh Hòa (058)850865

01.10.1998

Kính Anh,

Nhận được thư anh, để nghị tái bản tập sách nhỏ "Liên Đoàn Trưởng, Anh Chị là ai?"

Thực tình cảm thấy an ủi vì ở nơi xa, vẫn có người tâm đắc, muốn *"nắm giữ cái cứu cánh mà mục đích tổ chức GĐPT đã vạch rõ hơn nửa thế kỷ qua"*. Giữa lúc thành kiến và ngộ nhận đang bao trùm, vẫn có người chia sẻ. Cảm ơn anh.

Anh có thể thực hiện để nghị trên mà khỏi phân vân bởi lẽ điều mình viết ra là để phổ biến vô điều kiện mà. Và lại, những ý tưởng trong đó là của mọi người, từ mọi người và những "sản phẩm" từ GĐPT thì đâu của riêng ai.

Chỉ có điều, khi tái bản, anh Quảng Pháp nhớ sửa hộ vài lỗi chính tả còn sót, nhất là một lỗi lớn "mình" thay vì "tôi" - ở đoạn: *"Đừng cầu mong một phần thưởng nào hết... Em đó ngày nay đã khá hơn vì đã có một thời gian làm đoàn sinh của mình"* - Còn phần thưởng nào lớn hơn chăng? (Phần kết - Tr. 43)

Và, có dịp, anh gởi về mình một vài bản kỷ niệm.

Cũng mong được biết nhiều tin tức, tình hình sinh hoạt GĐPT ở bên đó, nhất là tình hình của anh em. Mong lắm.

Trông thư

Nhủ nhau tinh tấn

Nguyên Thành

www.ingramcontent.com/pod-product-compliance
Lightning Source LLC
Chambersburg PA
CBHW070318290526
45791CB00003B/1160